દ્રષ્ટિક્ષેપ

Published By

www.poetryworld.org

Drishtikshep

Edited By Chetna Bhatia

Published by: Poetry World Org.

Publisher's Address: Haryana

Printed under PWO in India

 Special credits to Dr.Niveditha and Dr.Nitin Chopra.

Cover image source: Pinterest

Edition : I (2022)

ISBN (Paperback) - 9789392507212

Book Design by POETRY WORLD

દ્રષ્ટિક્ષેપ

Edited By

ચેતના ભાટિયા

સંપાદકની કલમે

નયન સુખ કે દુઃખ?

જેમ મૌનની એક ભાષા હોય ને મિત્રો, એવી જ રીતે આંખોને પણ વાચા હોય છે. જો સમજી શકો કે વાંચી શકો ને તો એમાં ઘણા જ સ્વપ્નો, ઈચ્છાઓ, દુખ કે પછી પ્રશ્નોના જવાબ છુપાયેલા હોય છે.

આપણે સાંભળ્યું છે 'આંખો આંખો હી આંખોમેં ઇશારા હો ગયા' પણ આ ઇશારાઓ કેટલા લોકોને સ્વર્ગની સૈર કરાવે છે તો કેટલા ઓને એક જીવતી લાશ બનાવી દે છે.

"નજરથી નજર મળે અને વાત બદલાય જાય
આમ જ જીવનનાં અનેક પરિણામ બદલાય જાય."

Special mention – Ms.Lina Tanti

૧) ચેતના ભાટિયા

૨) દર્શના રાણપુરા

૩) શિલ્પા ભાલોડિયા

૪) શમીમ મર્ચન્ટ

૫) સૌરભ જોષી

૬) જાગૃતિ કૈલા

૭) આલોક સાવલિયા

૮) રૂપલ મહેતા

૯) જીજ્ઞેશ જાદવ

૧૦) શોભા મિસ્ત્રી

૧૧) પિનાકીન પારેખ

૧૨) રમેશ વાઢેળ

૧૩) તરલીકા પ્રજાપતિ

૧૪) નિકિતા વાઢિયા

૧૫) હરદેવ રાઠોડ

૧૬) કિરણબેન શર્મા

૧૭)ધ્વની પટેલ

ચેતના ભાટિયા

નામ : ચેતના ભાટિયા
પેન નેમ:
સ્થળ : મુંબઈ
ભાષાઓ : ગુજરાતી, હિન્દી, અંગ્રેજી
ઈન્સ્ટાગ્રામ : chetsbhatia

ફિયાસ્કો

"ડાર્લિંગ, આજે ઓફિસના ત્રણ મિત્રો આપણાં ઘરે ડિનર માટે આવવાના છે. તો તારી સ્પેશિયલ પનીર બિરયાની બનાવજે. મેં ખૂબ વખાણ કર્યા છે તારા હાથ ની બિરયાનીનાં," મીનલ વોટ્સએપ મેસેજ વાંચી રહી. મિતેશને બહુ ગમતું તેના મિત્રોને અવારનવાર ઘેર ડિનર માટે લઈ આવતો.

મીનલ સાંજની તૈયારીમાં લાગી ગઇ. સાત વાગી ગયા. મિતેશનો આવવાનો સમય થઇ રહ્યો. બિરયાની બનાવીને મીનલ ખુદ તૈયાર થવા ગઈ ત્યાં તો ડોરબેલ વાગી. એક સરસ સ્માઈલ સાથે મીનલે દરવાજો ખોલ્યો. તેની સ્માઈલ ત્યાં જ અટકી ગઈ. ત્રણને બદલે મિતેશ પાંચ મિત્રોને લાવ્યો હતો. બિરયાની ઓછી તો નહિ પડે? મીનલ વિચારી રહી. ઘણી કોશિશ કરી મિતેશ ને કહેવા માટે કે કદાચ બિરયાની ઓછી પડે પણ મિતેશ તો એની ધુનકીમાં જ રહ્યો. ફ્રેશ થઈ બધા ડાઇનિંગ ટેબલ પર બેઠા. મીનલ મિતેશ ની બાજુમાં બેઠી ધીમેથી પગ મારીને આંખોથી કંઈ કહેવાની કોશિશ કરી રહી. પણ મિતેશ જેનું નામ એની વાતો જ ન ખૂટે. મીનલે ફરી એક-બે વાર કોશિશ કરી. આ વખત તો મિતેશ જોરથી બોલ્યો, 'જે બોલવું હોય એ બોલ ને, શું વારે ઘડીએ પગ મારે છે અને આંખોથી ઈશારા કરે છે.' મીનલ ને તો એક ઘડી થયું કે ધરતી ફાટે ને એ અંદર સમાઈ જાય. ક્યારે સમજશે આ પતિઓ આંખોની ભાષા?

એક પળ નું સ્વપ્ન

'માન બા, આજે તમારી પાસે કંઈક માંગવા આવ્યા છીએ ', ગુર્જર જ્ઞાતિની ની ભજન મંડળીના પ્રમુખ કવિતાબેન બોલ્યા. 'તમારી નવી આવેલી વહુ સ્નેહા કોકિલ કંઠી છે એમને આપણી ભજન મંડળીમાં મુખ્ય ગાયિકા તરીકે લેવા માંગીએ છીએ. કાલે કથામાં એનો મીઠો સ્વર સાંભળ્યો. ખુબ સરસ ગાય છે.' કવિતાબેન ની વાત સાંભળી સ્નેહા અને તેનો પતિ સુમિત ખૂબ જ ખુશ થયા. સ્નેહાનું જાણે બચપણનું સ્વપ્ન પૂરું થવાનું હતું. સુમિત તો ખુશીથી ઊછળી પડ્યો. 'હા, કવિતા કાકી, સ્નેહા ને તો ગાયન નો ખૂબ જ શોખ છે.' કઈ આગળ બોલતાં સુમિત ની નજર માનબા પર ગઈ. આંખોમાં જાણે ગુસ્સો અને જવાબમાં ના સ્પષ્ટ દેખાતા હતા. સુમિત એ વાત વાળી લીધી. 'પણ કાકી હમણાં તો સ્નેહા એના પિયર જવાની છે અને પછી અમે બહારગામ ફરવા જવાના છીએ, આવી જઈએ પછી વિચારીને કહીશું.' વાત સાંભળી સ્નેહા નિરાશ થઈ ગઈ પણ એને એક નાનું સ્મિત પોતાના ચહેરા પર જાળવી રાખ્યું. એક જ મિનિટમાં સ્નેહાએ પોતાનું સ્વપ્ન સાકાર થતા તથા એને ભૂકો થતાં જોયું. માન બા એ કંઈ જ બોલ્યા વગર ફક્ત ઇશારાથી સ્નેહાના ભવિષ્યનો નિર્ણય લીધો હતો અને તેનું સ્વપ્ન ચૂર ચૂર કરી દીધું હતું.

દબાયેલી લાગણી

ભાઈ, આ ચાખને. મારી ફ્રેન્ડએ શીખવાડ્યું. કેવું છે ?"
કહેતાં જ મીનુએ ભાઇ ને પ્લેટ માં પોતે બનાવેલી મકાઇ ની પેટીસ આપી. મીનુ ત્રણ વર્ષ પછી પિયર આવી હતી અને ખુબ હોંશે હોંશે નવી વેરાઈટી બનાવી ભાઈને ચખાડ્વા માંગતી હતી.
"બહુ જ સરસ છે બેન. એકદમ મસ્ત. હજી છે તો મને આપને."ભાઇ વાક્ય પુરું કરે ત્યાં તો ભાભીને રસોડામાં પ્રવેશતા જોયા. ભાઇ-ભાભી ની આંખો મળી અને પળવારમાં તો ભાઇના શબ્દો ફરી ગયા. "ના ના બસ તું જ ખા. મારે મિટિંગમાં જવાનું છે. મને મોડું થાય છે." કહીને ભાઈ ત્યાંથી નીકળી ગયો. મીનું તો જોતી જ રહી ગઇ. એને કંઇ સમજાય એ પહેલા તો ભાઈ ભાભી ના બેડરૂમ માંથી વાકયુધ્દ નો અવાજ આવ્યો. મીનું ને સમજતા વાર ન લાગી અને તેની આંખમાંથી આંસુ સરી પડ્યાં.

સરપ્રાઈઝ

વાચા આજે ખૂબ જ ખુશ હતી. હોશે હોશે સાંજની પાર્ટીની તૈયારી કરી રહી હતી. સુમેધને પ્રમોશન મળ્યું હતું એ માટે સરપ્રાઇઝ પાર્ટી પ્લાન કરી હતી. ત્યાં તો ડોરબેલ રણકી. "આટલું જલ્દી કોણ આવ્યું હશે ? હજી તો ચાર જ વાગ્યા છે." બોલતા બોલતા વાચા એ દરવાજો ખોલ્યો.

સામે સાસુમા અને નણંદબાને વાચા સ્થિર થઈ ગઈ. આતો વણનોતર્યા મહેમાન !

વાચાને સ્વપ્નમાં પણ ખ્યાલ નહોતો કે સુમેધે પોતાના પ્રમોશનની વાત એની મમ્મીને કહી હશે અને તેની વધામણી આપવા મા અને બેન આજે જ આવી ચડશે.

ક-મને અને ચહેરા પર ખોટું સ્મિત લાવી ને વાચા એ બંનેને આવકાર્યા. થોડીવારમાં સુમેધ પણ ઘેર આવી ગયો. મમ્મી અને નાની બેન નિશા ને જોઇને ખૂબ ખુશ થયો. ચા પાણી સાથે વાતોનો વંટોળ ચાલ્યો પણ વાચાની નજર તો વારે ઘડીએ ઘડિયાળ પર જતી હતી. સાડા આઠ નો પાર્ટી નો ટાઇમ હતો અને છ વાગવા આવ્યા હતા. એના મનમાં ઉચાટ હતો કે ક્યારેય આ લોકો જશે અને ક્યારે બધી તૈયારી થશે.

વાતો કરતાં મમ્મીએ ઘેર જવાની તૈયારી બતાવી. સુમેધ ને વિચાર આવ્યો નિશાના ફેવરેટ રેસ્ટોરન્ટમાંથી જમવાનું મંગાવીએ અને મમ્મીનો ફેવરેટ આઇસક્રીમ મંગાવી પ્રમોશનનું સેલિબ્રેશન કરીએ. હજી તો એ બોલવા જાય છે કે, "મમ્મી રોકાઈ જાઓ ને......" અને ત્યાં જ તો એની નજર વાચા પર પડે છે. તેણે મોટી આંખો કરીને અણગમો દર્શાવ્યો અને સુમેધએ વાત ફરાવી દીધી, "જો તમને ફાવે એમ હોય તો....." હવે આંખો નો અણગમો ખાલી સુમેધે જ નહોતો જોયો, મા અને નિશાએ પણ જોયું અને સમજી ગયા કે વાચા નથી ઈચ્છતી કે તે લોકો ત્યાં રોકાય. નિશાએ સિફત કહ્યું," ના ભાઈ, કાલે ઈમ્પોર્ટન્ટ પ્રેઝન્ટેશન છે અને મારે એની તૈયારી કરવાની છે. ફરી ક્યારે આવીશું, ફોન કરીને જેથી તમારો કોઈ પ્રોગ્રામ ડીસ્ટર્બ ના થાય." આમ કહી નિશાએ ભાઈને ધર્મસંકટ થી બચાવી લીધો.

દર્શના રાણપુરા

નામ: દર્શના રાણપુરા
પેન નામ: writersoul
સ્થળ : અમદાવાદ
ભાષાઓ : ગુજરાતી, હિન્દી, મરાઠી, ઇંગ્લિશ, કચ્છી
ઇન્સ્ટાગ્રામ : Writer_soul27

ટ્રીટ

આયુષ અને એની મોમ બેસ્ટ ફ્રેંડસ,
"મોમ આજે મારી ટ્રીટ! બોલ શું ખાઈશ તું આજે!?"
માં અને દીકરો બહુ ટાઈમે સાથે બહાર શોપિંગમાં નીકળ્યા હતા અને ત્યાંથી એક હોટેલમાં નાસ્તો કરવા ગયા .
"એમ બહુ મોટો થઈ ગયો નહીં તું! મોમ ને ટ્રીટ આપે છે ને કાંઈ!! સરસ ચાલ મેનુ માં જેટલું છે બધુ એક એક પ્લેટ મંગાવી લે " અને માં દીકરો ખડખડાટ હસી પડ્યા.
"ખરી છે હો મોમ તું!"
"અહીં કોણ ઓર્ડર લે છે?" આયુષ એ વેઈટર ને બોલાવ્યો,
"યસ સર"
આયુષ અવાજ સાંભળીને ચમક્યો,જોયું તો એ સૂફીયાન હતો, એનો અવાજ આખા કોલેજમાં જાણીતો કેમ કે એ જ હોસ્ટ કરતો દરેકે દરેક ફંકશન.સૂફીયાને આયુષને જોયો અને ખાસિયાણો પડી ગયો, કોલેજમાં સારા દોસ્તો હોવા છતાં બંને વચ્ચે કોઈ ગેરસમજના કારણે સૂફીયાને ઘણીવાર એનું કોલેજમાં અપમાન કરેલું, પણ આયુષે કયારેય વળતો જવાબ નહોતો આપ્યો,
"બે સ્પેશ્યલ સેન્ડવિચ એન્ડ બે કોલ્ડ કોકો વિથ ચોકલેટ આઈસ્ક્રીમ" આયુષનો બદલાયેલો અવાજ અને મૂડ એની મોમને ખબર પડી ગઈ, પણ એને કાઈ કહ્યું નહીં, ઓર્ડર લઈને સૂફીયાન ગયો, પછી આયુષ વિચારમાં પડ્યો હતો.

" બેટા તને ખબર છે હું જયારે લખતી થઈ ત્યારે બહુ લોકો મને વખોડતા, મજાક ઉડાવતા અને ઘરમાંથી તમારા સપોર્ટ સિવાય બાકી દરેક લોકોને એમ હતું કે થાકશે એટલે મુકશે, માણસો વચ્ચે બહુ ટોન્ટ મારેલા લોકોએ, પણ મેં એનાથી થાકવાના બદલે મેં એને પોઝિટિવલી લીધું, મારી પાસે જે સ્પેશ્યલ છે એ કદાચ એમની પાસે નથી એ નહીં ગમતું હોય અથવા કંઈક ગેરસમજ છે મારી અને લોકો વચ્ચે, એ દૂર કરવા સમય આપવાનો પણ કડવાશ નહીં રાખવાની મનમાં, એનાથી

બહુ સંબંધો સુધરી ગયા અને ના સુધર્યા એની સારી યાદો મનમાં રાખી કડવાશ નહીં!"

આયુષે એની મોમની આંખો માં જોયું એ સમજી ગયો,નાસ્તો પતાવીને બિલ ના પૈસા લાઇ જવા જયારે સૂફીયાન આવ્યો ત્યારે એક પેપર નેપકીનમાં નામ અને નંબર લખ્યો હતો,

",સાલા દોસ્ત ને ભૂલી ગયો આ મારો નંબર છે મારા ઓફીસમાં ઘણી જગ્યા છે જે તને ગમે એ કામ કરજે, અને હા દોસ્ત તારા મોમના હાથના ઢેબરાં બહુ યાદ આવે, એમને કહેજે!"

કારમાં ઘરે જતા બંને માં દીકરા એ એકબીજાની આંખમાં જોયું તો એકની આંખમાં ઉછેર સફળ થયાનો સંતોષ હતો અને બીજાની આંખમાં કડવાશ ભૂલીને દોસ્તને મળવાનો ઉત્સાહ!

હલવો

આકાંક્ષા બહુ વર્ષે એના પિયરના શહેરમાં આવી હતી..
એ અને એનો દીકરો ચાલવા નીકળ્યા હતા,
એ શહેરની સુગંધ, એના રસ્તાઓ , એની સ્કૂલ, એના શહેરની ગલીઓ, એનું જૂનું ઘર, જાણીતી દુકાનોમાં અજાણ્યા ચહેરાઓ, બધું જ..એ જાણે આંખોથી હૃદયમાં ઉતારતી જતી હતી..કેટકેટલા વર્ષો પછી જાણે એકદમ વસંત ઊગી ગઈ હતી એની આંખોમાં, ચૂપચાપ એનો દીકરો આરવ સાથે ચાલતો હતો,જોયા કરતો હતો કેટકેટલાં હાવભાવ માં નો ચહેરો બદલતો જતો હતો,
એમાં એની મોમની સ્કૂલની એકઝેટ સામે મીઠાઈની દુકાન જોઈ આરવ એ , એણે મનોમન વિચાર્યું અને બોલ્યો " એ મોમ આમ ને આમ ક્યાં સુધી ચલાવીશ, કંઈક સરસ ખવડાવી દે મને!? હું નહીં ચાલુ હવે, કંઈક પેટ્રોલ નાખવું પડશે પેટની ટાંકીમાં , અહીં સારું શું મળે ? કોઈ મીઠાઈ, અરે હા હલવો મળે કે અહીં ક્યાંય?" અને એકદમ આકાંક્ષા અટકી ગઈ, "ઓહ સોરી બેટા ચાલ મસ્ત હલવો ટેસ્ટ કરાવું તને "અને જાણે એકદમ નાની થઇ ગઈ હોય એમ ઉતાવળે એ સ્કૂલ સામેની મીઠાઈની દુકાનમાં અંદર જતી રહી , "ચલ જલ્દી બેટા,
જો અહીં હલવો મસ્ત મળે છે, કાકા શું ભાવ છે
એવું કરોને બે પ્લેટ આપી દો ને"
બંને એક ટેબલ પર ગોઠવાયા,
આકાંક્ષા બધું ધારી ધારીને જોતી હતી,
વર્ષો પહેલાની આકાંક્ષા જાણે આંખોમાં ઉતરી આવી હતી,
"મોમ આ લે તારો હલવો અને સમોસું"
અને આકાંક્ષા એ આરવની સામે જોયું,
"તને યાદ હતું મારી મોમ પણ મારી માટે આવી રીતે જ પ્લેટ લઇ આવતી"
આરવએ એક સરસ મજાની સ્માઈલ આપી અને બંને ની આંખો હસી પડી, એકની સંતોષથી અને એકની વહાલથી.....

ભાલોડિયા શિલ્પા

નામ: ભાલોડિયા શિલ્પા
પેન નામ: નવ્યા
સ્થળ : જામજોધપુર
ભાષાઓ : ગુજરાતી, હિન્દી, અંગ્રેજી
ઇન્સ્ટાગ્રામ : navyaba2162

અંતિમ નિર્ણય

"હમ હોંગે કામિયાબ, હમ હોંગે કામિયાબ એક દિન.." એમ ગાતા ગાતા તે આખા ઘરમાં કુચ-કદમ કરી રહ્યો હતો..., પારીસાની આંખો ખુશી અને વ્હાલથી એને નીરખી રહી હતી અને પોતાનું ઘરકામ કરી રહી હતી...,
"આ મંજુ ક્યાં રહી ગઈ" એવું હજી તો પારીસા બોલિજ રહી હતી ત્યાં મંજુ આવી , પારીસા એ તેની સામે જોયા વગર જ બોલવા માંડ્યું, "મંજુ તારું રોજનું થયું, મેં તને કીધું હતુંને કે આજે વહેલી આવજે મારે આને લઈને સ્કૂલ જવાનું છે , ઘરનું બધું કામ પડ્યું-પાથર્યું છે, બોલ હવે આજે શુ બહાનું છે તારી જોડે??" એમ કહી પારીસા મંજુ તરફ ફરી અને તેના શબ્દો ગળામાં જ અટવાઈ ગયા...,
મંજૂના ચહેરા અને શરીર પર ના ઉઝરડા અને ઘાવ તેની સાથે થયેલા ઘરેલુ જુલમની બાતમી આપી રહ્યા હતા...,

"જી મેડમ હવે આજથી ક્યારેય મોડું નૈ થાય, મારા બધા બહાનાનો તોડ મેં શોધી લીધો છે" એમ કહી મંજુ વાસણ ઉટકવા માંડી.
"મંજુ આ શું છે બધું?, અને શેનો તોડ? તું શું બોલી રહી છે મને કાઈ સમજાતું નથી."

પારીસા મંજુની પારિવારિક સમસ્યાથી અવગત હતી, બેરોજગાર, જુગારના વ્યસની મંજૂના પતિની સતામણી તેનાથી છુપાયેલી ન હતી, પણ આજે મંજુનું ઘાવથી ખરડાયેલું શરીર અને તેના ચહેરા અને આંખોના ભાવ મળતા ન હતા.

પારીસા એ ફરીથી પૂછ્યું "મંજુ શુ થયું?"

મંજુ એ કહ્યુ "રોજની જેમ એ કાલે પણ જુગારમાં હારીને આવ્યો , નશામાં મને જેમતેમ બોલતો હતો ને મારતો હતો, ને કાલે મારી સહન શક્તિએ જવાબ આપી દીધો અને બસ જેટલા કટકા હું શાકના કરું

એટલાજ એના કટકા કરી નાખ્યા, જો એના એ કટકા ને અલગ અલગ કરી છુટા છુટા દરેક શેરીના કૂતરાઓને ખવડાવી આવી, બસ એમાજ મોડું થઇ ગયું મેડમ , પણ આજથી હવે મોડું નહિ થાય.

હૈયાંશ હજી ગાતો હતો "હમ હોંગે કામિયાબ એક દિન"

"આજે દેશની સાથે મંજુ તું પણ આઝાદ થઈ ગઈ".. પારીસા એ કહ્યું...,

મંજુએ એની આંખમાં જોઈને કહ્યું "મેડમ તમે ક્યારે આઝાદ થશો?" પારિસા મંજુ સામે ફાટી આંખે જોઈ રહી..,

બાધકણી

આજે લલી વહુ પર જાણે આભ ફાટ્યું, સાસુમાએ દીકરાને ભરડામાં લઇ દાવ રમી લીધો હતો, પણ આજે કદાચ લલી વહુનો દિવસ હતો, તેની સહનશક્તિનો બંધ તૂટ્યો અને અન્યાય સામે બળવો પોકાર્યો.., ભોળી કબૂતરી જેવી વહુ આમ અચાનક સામી થઇ તેનાથી સાસુમા બઘવાઈ ગયા , પોતાનો જૂનો ને જાણીતો પાસો નાખતા સાસુ બોલ્યા , " ના પાડી છે તોય પેલી સરલાડી ના ઘરે પડી રે છે, જરા નવરી પડી નથી કે હાલી નીકળે , એ બાધકણીએ જ શીખવાડ્યું હશે બાધતા" લલી વહુ રસોડામાં કામ કરતા કરતા આ સાંભળી રહી હતી. તેની નજર બારી સામે દેખાતી કાકીજીની બારી તરફ ગઈ, સરલાબેન પણ ત્યાં ઉભા બધું સાંભળતા હતા. લલી અને સરલાબેનની નજર એક થઈ. કાકીજીસાસુ અને ભત્રીજાવહુ એકમેકના અંતર ને વાંચી રહ્યા... "શાબાશ! બેટા, જે હિંમત મને વીસ વર્ષે આવી હતી તે હિંમત તે વહેલા કરી બતાવી"

"કાકીમાં આજે મને પણ તમારી જેમ "બિચારી" માંથી "બાધકણીનું" પ્રમોશન મળી ગયું"

ગંગાસતી-પાનબાઇ આંખો આંખોમાં વાત કરી મલકાઈ રહ્યા.,,,..

શમીમ મર્ચન્ટ

નામ: શમીમ મર્ચન્ટ
પેન નામ: શમાં
સ્થળ : મુંબઈ
ભાષાઓ : ઇંગલિશ, ગુજરાતી, હિન્દી
ઈન્સ્ટાગ્રામ : merchant_shamim

બોલતી આંખો

"માસી, આ ત્રીજો પ્રસંગ છે, જ્યારે તમે એ જ છોકરીનું પ્રપોઝલ લાવ્યા છો, અને માફ કરજો, હું તેને ફરી એકવાર નકારી રહ્યો છું."

અમે બધા અમારા લિવિંગ રૂમમાં ભેગા થયા હતા અને શેફાલીની તસવીર મારા હાથમાં હતી. મેચમેકર, મીનાક્ષી માસી, જે અમારા પારિવારિક મિત્ર પણ હતા, અત્યાર સુધીમાં તેમનું સબરનું બાણ તૂટી ગયું હતું. તેમણે કડક સ્વરમાં મારી ઉલટ તપાસ કરી, "શુભાંકર, આ વખતે હું ના નહીં સાંભળું. તારે મને ઠોસ કારણ આપવું પડશે."

હું હસીને તેમની બાજુમાં બેઠો, "માસી, એમાં કોઈ શંકા નથી કે શેફાલી ખૂબ જ સુંદર છે. પણ જરા તેના કપડાં અને તેના હાવભાવ જુઓ! મારો મતલબ છે કે તે જીન્સમાં છે, ઝાડ પર ચડેલી છે અને મીંઢું સ્મિત કરી રહી છે. વધુમાં, તે તેના શ્રીમંત પિતાની એકની એક દીકરી છે. મને ખાતરી છે કે તે વનઠેલી અને બગડેલી છોકરી હશે. અમે મધ્યમ વર્ગના લોકો છીએ. તમને લાગે છે કે તે અમારા પરિવારમાં ભળી શકશે, અથવા મારા વૃધ્ધ માતાપિતાની સંભાળ રાખશે?"

પણ મીનાક્ષી માસી, તે દિવસે હાર નહોતા માનવાના. તેમણે આગ્રહ કર્યો કે હું શેફાલીની સાથે રૂબરૂ મુલાકાત કરું. "જ્યારે હું કોઈ સારી છોકરીને જોઉં, તો મારું દિલ એને તરત ઓળખી લે છે. મારા પર વિશ્વાસ કર શુભાંકર, શેફાલી તારા માટે જ બની છે. તેઓ કાલે મુંબઈ આવી રહ્યા છે. મહેરબાની કરીને, મારા ખાતર, કમસેકમ એકવાર તેને મળી લે."
શેફાલી: તેનું સ્મિત તેના દેખાવ જેટલું જ સુંદર હતું. તેમ છતાં જે મને સૌથી વધુ મંત્રમુગ્ધ કરી ગઈ; તે હતી તેની બદામ આકારની ભૂરી કજરારી આંખો. જે એવી લાગતી હતી, જાણે બોલતી હોય. તેની આંખોની મસ્તી જીવ પુરી દે, અને મને એવો અહેસાસ કરાવતી, જાણે તેની પાછળ રહસ્યોનો મહાસાગર છુપાયેલો હોય.

તેના સુંદર નયન, તેનો સ્વભાવ સાફ સાફ અભિવ્યક્ત કરી રહ્યા હતા, જે અતિશય નમ્ર અને પ્રેમાળ હતો. મને અત્યન્ત ખુશી થઇ કે તેણે મારી બધી આશંકાઓ ખોટી સાબિત કરી નાખી.

આજે, દસ વર્ષ પછી, તેને વર્ષગાંઠની શુભેચ્છા આપતા, મેં તેની ચમકતી આંખોમાં પ્રેમથી જોઇને કહ્યું, "શેફાલી, તારી મોહક આંખોમાં જ્યારે મેં પહેલી વાર જોયું હતું, તે યાદો હંમેશા મારી સાથે રહેશે, કારણ કે તે દિવસે મને તારાથી પ્રેમ થઇ ગયો હતો."

આંખોનો સંકેત

અશોક એક મિનિટ માટે આરતીની આંખમાં જોઈ રહ્યો. તેનો હાથ જાંબલી રંગની સાડી પર હતો. અશોકે નિસાસો ભર્યો અને માથું હલાવતા નિઃશંકપણે કહ્યું, "મને ખરેખર આ સાડી નથી ગમતી, અને તે આપણા બજેટની બહાર પણ છે. હું હજી પણ ઈચ્છું છું કે તું અહીં આવતા પહેલા, બીજા શોરૂમમાં પસંદ કરેલી લીલી સાડી ખરીદે. "

અર્થપૂર્ણ સ્મિત કરતા તેઓ દુકાનની બહાર નીકળી ગયા, અને આરતીના હાથમાં જાંબલી રંગની સાડી ધરાવતી બેગ હતી. તે આનંદિત થઈ બોલી ઉઠી, "મને વિશ્વાસ નથી આવતો કે તેણે આપણને આટલું ભારે ડિસ્કાઉન્ટ આપ્યું!"

અશોક હસી પડ્યો, "તેને આપવું પડ્યું, કારણ કે દુકાનદારે ધારી લીધું કે આપણને આ સાડી ખરીદવામાં રસ નથી રહ્યો."

આરતીએ તેના પતિની પીઠ થાબડી અને તેના વખાણ કર્યા, "મને અતિ પ્રસન્નતા થાય છે, કે તમે મારી આંખોના સંકેત આટલી સારી રીતે સમજી જાવ છો, અને આસપાસ કોઈને ખબર પણ નથી પડતી."

"અરે, દસ ગૌરવશાળી વર્ષ સાથે વિતાવવાનો કાંઈક તો ફાયદો થવો જોઈએ ને?"

દંપતી વચ્ચેની મૌન સમજણ આશ્ચર્યજનક હતી, જે અન્ય બીજા એક મહત્વપૂર્ણ પારિવારિક મુદ્દામાં લાભદાયી સાબિત થઈ.

એક સાંજે અશોક ઑફિસેથી ઘરે આવ્યો, ત્યારે તેમના સંયુક્ત કુટુંબના બધા સભ્યો દીવાનખંડમાં જાણે રાઉન્ડ ટેબલ કોન્ફરન્સ માટે ભેગા થયા હતા. તેને તરત જ ત્યાં બોલાવામાં આવ્યો, જેથી અશોકને આરતી સાથે અલગથી વાત કરવાનો મોકો ન મળ્યો.

ચર્ચાનો વિષય હતો કે કાકા તેમની પૈતૃક સંપત્તિ વેચીને પૈસા બધામાં વહેંચવાનો આગ્રહ કરી રહ્યા હતા. નિઃશબ્દ અશોક ઊંડા વિચારમાં પડી ગયો. કાકા તેના અભિપ્રાયની રાહ જોઈ રહ્યા હતા. જવાબ આપતા પહેલા, તેણે પોતાની પત્ની તરફ નજર કરી. આરતીએ તેની તરફ જોયું અને પછી તેના ખોળામાં બેઠેલા તેના સાત વર્ષના પુત્રના વાળમાં હાથ ફેરવ્યો. અશોક તેનો જવાબ આપવા માટે ત્યાર થઈ ગયો.

"માફ કરજો કાકા, પણ હું અત્યારે એ મિલકત વેચવાની તરફેણમાં નથી. જો આપણે ધીરજ રાખીશું તો તેની કિંમત કરોડોમાં જશે. એ જમીન આપણા કરતા વધારે, આવનારી પેઢી માટે છે. જો તમે સંમત થાવ, તો સારું. નહીં તો હું તમને તમારો હિસ્સો આપવા તૈયાર છું અને પછી તે જમીન ફક્ત અમારી થઈ જશે."

આરતીનું હૃદય આનંદથી નાચી ઉઠ્યું. પરંતુ, તે બધાની સામે તેના ચહેરા પર રાહત બતાવવાનું જોખમ લઈ શકતી નહોતી. જ્યારે અશોકે ફરીથી તેની સામે જોયું, ત્યારે તેણે તેની ચમકતી આંખોમાં પોતા માટે નવેસરથી પ્રેમ અને આદર મહેસૂસ કર્યો.

સૌરભ જોષી

નામ :- સૌરભ જોષી
પેન નામ :-
સ્થળ :- આદિપુર - કચ્છ
ભાષાઓ :- ગુજરાતી, હિન્દી
ઇન્સ્ટાગ્રામ :- sjshayri

પ્રેમની ભાષા

આકાશ ખૂબ જ સરળ સ્વભાવનો મહેનતુ યુવાન હતો અને એક સારી કંપનીમાં જોબ કરતો હતો. સ્નેહા તેની આસિસ્ટન્ટ તરીકે ચાર વર્ષ પહેલાજ કંપનીમાં જોડાઇ હતી. એકસાથે કામ કરવાને કારણે આકાશ અને સ્નેહા વચ્ચે સારી મિત્રતા હતી.

અવાર-નવાર પ્રોજેક્ટ્સને કારણે આકાશ અને સ્નેહાએ મોડે સુધી ઓફિસમાં કામ કરવું પડતું હતું. ક્યારેક જો મોડી રાત સુધી કામ ચાલે તો આકાશ સ્નેહાને તેના ફ્લેટ સુધી સહી-સલામત મૂકી જતો હતો.આકાશનો આ જ કેરિંગ અને નિખાલસ સ્વભાવ સ્નેહાના દિલમાં વસી ગયો હતો અને તે એને પ્રેમ કરવા લાગી હતી પણ કહેતા ખચકાટ અનુભવતી હતી.

ફેબ્રુઆરી મહિનો શરૂ થયો.બધી જ બાજુ ગુલાબ, કાર્ડસ અને ચોકલેટ ટેડીબિયરની બોલબાલા હતી. હોય જ ને આખરે આ પ્રેમનો મહિનો હતો.

સ્નેહાએ પણ પોતાના દિલની વાત આકાશને કહેવાનું વિચાર્યું.વેલેન્ટાઇન ડે ના દિવસે સ્નેહાએ ઓફિસની બહાર એક કાફેમાં આકાશને મેસેજ કરી બોલાવ્યો.આમ તો તેઓ કાયમ આ જ કાફેમાં બેસીને ચા-નાસ્તાની મહેફિલ જમાવતા પણ આજે સ્નેહાનો આકાશને અહીં બોલાવવાનો ઈરાદો અલગ હતો.

આકાશે બે કપ ચા ઓડર કરી અને પૂછ્યું ,બોલ આજે ફરી ચા પીવાનો મૂડ થઈ ગયો કે શું? એક નજરે આકાશ સામે જોઈ સ્નેહા બોલી... " બસ કાંઈ નહિ એમજ..." અને તેની આંખો થોડી શરમથી ઝૂકી ગઈ.આકાશ સ્નેહાની સામે જોઈ રહ્યો અને ચાનો અંતિમ ઘૂંટડો પૂર્ણ કરીને તેને સ્નેહાનો હાથ પકડ્યો અને કહ્યું " હું તારી આંખોની ભાષા વાંચી શકું છું અને હું પણ તને એટલો જ પ્રેમ કરું છું.., આઈ લવ યુ સ્નેહા".

સ્નેહા પોતાના આકાશને સ્મિત,શરમ,પ્રેમ મિશ્રિત ભાવથી જોઇ રહી અને આંખો ઝુકાવી પોતાના પ્રેમભાવનો સ્વીકાર કર્યો.

જાગૃતિ કૈલા

નામ : જાગૃતિ કૈલા
ઉપનામ : ઊર્જા
સ્થળ : મોરબી
ભાષા : ગુજરાતી, હિન્દી
ઈનસ્ટાગ્રામ: jagri_ti kaila

કેફી વાઈરલ

"અરે! જય શ્રી કૃષ્ણ રાજનભાઈ કેમ છો? શું આવ્યું તમારા વિરલનું રિઝલ્ટ?" કેશવભાઈની વાતનો જવાબ જરાક નિરાશ વદને આપવા જતાં હતા ત્યા પત્નીએ આંખના ઈશારાથી રોક્યા અને રાજનભાઈ બોલ્યા, " જય શ્રી કૃષ્ણ, બસ ચાલે છે જુઓને હજુ ફાઈનલ રિઝલ્ટ બાકી છે પછી ખ્યાલ આવે."

વિરલ મમ્મીના આંખના ઈશારા સમજી ગયો કે મમ્મી મારી ભૂલ છુપાવે છે, હવે રોજનું થયું. વિરલ રોજ કોઈ ભૂલ કરે અને આંખના ઈશારાથી મમ્મીની માફી માગી ઈમ્શોનલ બ્લેકમેલ કરે. આખરે એ જ થયું.

ભૂલ વધતી ગઈ, નશીલી પદાર્થની આદત પડી અને એ આદત ચોરી કરવા પ્રેરકરૂપ બની. અતિની કોઈ ગતિ નથી. અંતે વિરલે આત્મહત્યાની કોશિશ કરી. પોલિસ જયારે એક પિતા તરીકે રાજનભાઈનું બયાન લેવા આવ્યા ત્યારે ફરી બદનામીના ડરે પત્નીએ આંખના ઈશારે વાત સંકેલવા કહ્યું પણ આંખના ઈશારાની ખૂબ ઉંચી કિંમત પહેલેથી જ આપી ચુક્યા હતાં, આ વખતે ઈશારાને અવગણી દરેક વાત પોલીસને કરી, પૂરો સાથ સહકાર આપવાની તૈયારી બતાવી કે જેથી કોઈ અન્ય વિરલ કેફી વાઇરલમાં ન ફસાય.

અંતે વિરલ ડૉકટરની મદદથી તંદુરસ્ત નાગરિક બની ગયો અને નશીલા પદાર્થ વેચનાર જેલના મહેમાન.

આલોક સાવલિયા

નામ: આલોક સાવલિયા
પેન નામ: 'અતીત'
સ્થળ : રાજકોટ
ભાષાઓ : ગુજરાતી, હિન્દી
ઇન્સ્ટાગ્રામ : @alokpatel7

એક મળેલી મુલાકાત

' અરે ભૂરા.. સમય વહેવા દે.. રસ્તાઓ માં આમ જ ભટકવા દે.. ' જાણે ભૂરી ની આંખો કહેતી હતી. એક વરસાદી સાંજ માં કદાચ ભૂરી ની આંખો બોલતી હતી..
પરફેક્ટ જગ્યાની શોધ માં કાર માં ભૂરાની નજર ડ્રાઇવિંગ પર હતી ને કશુંક ભૂરી ની આંખો માં વંચાયું. ભૂરી પેલી વાર બંને - ના આવવા ને નઇ આવી શકવાના અવઢવ વચ્ચે એના જન્મદિવસે ભૂરા ને મળવા આવેલી ને આમ થી તેમ લોન્ગડ્રાઈવ પર જતાં જતાં ભૂરા ને કેહવા ની કોશિશ કરતી પણ 'અરે છોડો ને જગ્યા..' એક વર્ડ પછી જાણે એની આંખો બોલતી ગઈ હતી.. ભૂરો સમજી જતો ભૂરી નો એક વર્ડ પરથી એના મનની વાત..આજે ભૂરીની આંખોની ભાષા થી ભૂરાની બોલતી બંધ થઈ ગઈ હતી..

કાર એક ડેમ સાઈટ પર આવી ને રોકાઈ.. વરસાદી વાતાવરણમાં અફાટ પાણી ને જોતાજોતા પગદંડી પર ચાલતા ચૂપ ચૂપ પણ આંખો થી જાણે વાતો નો વરસાદ થઈ રહ્યો હતો.
બધું જ જલ્દી જ નક્કી થયું હોવા થી એરેન્જ કરવા માં.. ભૂરી ને શુ લાગશે? કઈ રીતે ? ક્યાં જશું? મારા વિશે શું વિચારશે એ સવાલો ભૂરા ની આંખમાં ભૂરી એ વાંચી લીધા હતા.. કશુંક ભુલાયાનું યાદ આવતાં ભૂરો છેક કાર પાર્ક પાસે થી એક યાદગીરી લઈ ને ઉપર આવી ને પાળી પર બેસી ને એક નાની પાયલ ભૂરી ને પહેરાવી..કદાચ ભૂરીને ભૂરા માટે એ એક વહી જતા સમયનાં વહેણ માંથી ખોબો ભરીને સાચવીને લઇ લીધા જેવી પળ હતી.. લાગણીઓ ના વહેણ જ એવા હોય છે જ્યાં ઢાળ મળે ત્યાં વહી જતા હોય છે.

કાર ફરી લોન્ગડ્રાઈવ તરફ આગળ વધી.. ભૂરીની એક તકલીફ હતી, એ જે ના કહી શકે મનની વાત એ પોતાને રીસ ચડાવીને હાથને સીટ પર જોશ થી ભીંસી દેતી.. ભૂરો ઘણી વાર ભૂરીની આંખો માં વાંચી જતો.. પણ ભૂરીની આંખો ભરાઈ જાવા જેવી થઈ જતી પણ કેતી નહીં

કાંઈ..આના માટે શબ્દો કદાચ ટૂંકા પડતા હતા બંને ને એક બીજાને કેહવા માટે..ને ચાલુ કારએ આંખોથી વાતો થતી હતી..વરસાદી વાતાવરણ માં ભીંજાયેલી સાંજની પળો માં વરસાદ શરૂ થયો ને સમય વરસાદની જેમ વહેવા લાગ્યો, ને ભૂરી એ એનું માથું ભૂરાના ખંભા પર રાખ્યું ત્યારે કશુંક જોઇતું મળી ગયું હોય ને જે સુકૂન મળે એ બંને માટે સુકૂનની તલાશ પુરી થઇ હોય એવું લાગી રહ્યું હતું.

સમયનું એવું છે. જોઈએ ત્યારે ના મળે ને જ્યારે રોકવો હોઈ તો વધુ ઝડપ થી વહે.. ભૂરીના જવાનો સમય થઇ ગયો હતો. ખ્યાલ જ ન રહ્યો..કાર ઝડપ ભેર દોડાવી ભૂરાએ.. પરાણે જવું પડી રહ્યું હતું અને એ ભૂરીની આંખ માં વંચાઇ રહ્યું હતું. ભૂરાને થતું કે રોકી લઉં પણ સમયની કોને ખબર હતી કે ફરી પાછું મળવા તો ઠીક એક બીજાને જોઈ શકવાનું પણ અઘરું થઇ જશે..!

રૂપલ મહેતા

નામ : રૂપલ મહેતા
પેન નેમ (ઉપનામ): રુપ
સ્થળ : અમદાવાદ
ભાષાઓ : ગુજરાતી, હિન્દી, અંગ્રેજી
ઈન્સ્ટાગ્રામ : quotes _by _rup

અપમાન

ઘરમાં કોલાહલ હતો. અમેરિકાથી કાયરા આવી હતી. વાતાવરણ ખુશ ખુશ હતું. કાયરા, કિયારા,, તેના મમ્મી પપ્પા અને બા, દાદા ખુશ ખુશ હતા. આટલા વર્ષો પછી વિદેશથી દીકરાની દીકરી આવી હતી. બધા માટે યાદ રાખીને ભેટો લાવી હતી.
બા દાદા તો એના પાછળ ઓળઘોળ... રૂપિયો વહાલથી વરસાવે.. જે જોઈએ તે આપે.
થોડો સમય બધું સરસ રીતે પસાર થયું પણ.. ધીરે ધીરે ઘરડાં બા દાદા ખટકવા લાગ્યા. કેમકે બહુ બધાં મહેમાનની આગતાસ્વાગતા કરવા તત્પર રેહવું પડે.

આંખોથી એમનું અપમાન થવા લાગ્યું.. બહારથી પીઝા, સેન્ડવીચ મંગાવે પણ.. બા દાદાને પૂછવામાં પણ ના આવે.
બા બહુ દુઃખી રહે.. બા કંઈ ખાતા નહિ પણ પૂછવામાંથી પણ જાવ છો એવું થયા કરે..એ તો એમજ પાણી પીવા રૂમમાંથી નીકળ્યા હોય અને ત્રણ જના બહારથી કંઈ મંગાવી ખાતા હોય.. આંખોથી આંખો મળે ત્યારે વહુ શરમથી આંખ ઝુકાવી દે..પણ વર્તનમાં ફેરફાર જોવા ના મળે.

નયન સુખ કે દુઃખ

ક્યારેક શબ્દો વડે કામ નથી થતું એ આંખો દ્વારા થઈ જાય છે...તો આવો મજેદાર નાનકડી વાર્તા શું કહી જાય છે.

રિતુ વર્મા અને સ્વાતિ ઓઝા એક જ કંપનીમાં સાથે કામ કરતા હતા. રિતુ વર્મા ખૂબસૂરત લાગે.. એકદમ મોર્ડન યુવતી. જ્યારે સ્વાતિ ઓઝા સીદી સાદી યુવતી. ચાલકી આવડે નહિ.. ના મસ્કા મારતા આવડે. એનામાં આવડત બહુ અને કામ કરવાની ધગશ.

બન્યું એવું કે બંનેને એક જ જગ્યા માટે પોસ્ટિંગ જોઈતું હતું.. અને આખી ઓફિસને ખબર હતી કે આ રિતુ વર્માને જ મલસે...

બધાં એ દિવસની રાહ જોઈ રહ્યા.. સ્વાતિ ઓઝા પણ ઉમીદ છોડી ચુકી હતી...પણ જ્યારે સ્ટેજ પર આંખના ઈશારાથી સ્વાતિ ઓઝાને બોલાવામાં આવી ત્યારે.. ક્યાંક સાચો ન્યાય મળે છે તેવી આશા સ્વાતિના ચાહકોમાં પ્રસરી ગઈ.

જાદવ જીજ્ઞેશ

નામ: જાદવ જીજ્ઞેશ બિ.
ઉપનામ: મઝહબી
સ્થળ : વેરાવળ
ભાષાઓ : ગુજરાતી, હિન્દી
ઇન્સ્ટાગ્રામ : realmazhabi

દાઝેલું

સાંજ ના સાત વાગ્યાનો ઘડિયાળનો ટકોરો અને કૂકરની સિટીનો અવાજ એકબીજા સાથે અથડાઈ રહ્યા હતા. ઘરમાં રહેલા સન્નાટાને જાણે ચીરી ને ફાડી રહ્યા હોય. અશાંતિ નો માહોલ પેદા કરી રહ્યા હતા. એવામાં પથારીમાં સુતેલા ઘરડા સાસુ બૂમ પાડે છે. "મની... શાક દાઝી ગયું..!! સાંભળે છે કે? ક્યાં ગઈ?
મનીષા પુરપાટ દોડતી એક શ્વાસે કૂકર પાસે ધસી આવે છે. ફટાફટ ચૂલા પર થી કૂકર ઉતારી ઢાંકણું ખોલીને તપાસે છે. મનીષાનો શ્વાસ અધ્ધર ચડી ગયો છે, તળિયે તપાસે છે તો શાક એટલું દાઝેલું નથી હોતું. રસોડા માંથી મનીષા પોતાના ઘરડા સાસુ ને અવાજ કરે છે "માઁ, શાક નથી દાઝ્યું"
સાસુ ગુસ્સા માં મનીષા ને કહે છે " તારી આંખો કરતા મારા નાક વધારે તેજ છે મનીષા વહુ.

એટલામાં મહેશ પરસેવે રેબ જેબ થાકેલા ઉદાસ થઇ ને ઘર માં આવે છે. સીધા ખાટલા પર લંબાય છે. "મની.. પાણી આપજે..." ઉદાસ અને થાકેલા સ્વરે મહેશ અવાજ કરે.

મનીષા પોતાના પતિનો અવાજ સાંભળતા જ જાણે બધો થાક ઉતરી ગયો હોય એવા સ્વભાવે હરખાઈને ફરી ચૂલા ઉપર કૂકર ચડાવી ગોરા માંથી પાણીનો લોટો ભરી ને સ્મિત સાથે મહેશ ને આપે છે.

મનીષા : "ન્હાવા માટે તમારું પાણી મૂકી દઉં?"
મહેશ એક ઊંડા નિઃશ્વાસે જવાબમાં બોલે છે " હું જિંદગી થી ન્હાઇ ચુક્યો છું, તારા જેવી સ્ત્રી મને બરબાદ કરવા માટે કાફી છે."
મનીષા ના હાથ માંથી ધડામ્મ કરતો લોટો નીચે પડી જાય છે....!! આંખમાં વહેતાં આંસુ સાથે મા પર નજર જાય છે. "એ નથી સમજતા મા, પણ તમે તો સમજો છો ને ? એક સ્ત્રી થઇને તમે સ્ત્રીને નહીં સમજો

તો કોણ સમજશે?" પણ મનીષાને માની આંખો માં પણ એ જ નફરત અને અણગમો દેખાય છે.

લગ્ન થયાના દસ વર્ષ થયા. સંતાન પ્રાપ્તિ ના થઇ હોવાથી આવા મહેણાં મનીષા રોજ સાંભળે છે જેમાં એનો જરા પણ વાંક નથી અને એ વાત ડૉક્ટર મહેશને ઘણી વખત સમજાવી ચુક્યા છે. છતાં મનીષા આવું રોજ સાંભળી રહી છે. રોજ મનીષા તૂટી જાય છે, રોજ ઉભી થાય છે, પોતાના કર્તવ્યમાં લાગી જાય છે. મનીષા મનોમન મઝહબી ની કવિતા રટે જાય છે.

'હું પીઉં છું ને મરી જાઉં છું,'
'ફરી મરવા જીવી જાઉં છું'

શોભા કિશોરભાઈ મિસ્ત્રી

નામ: *શોભા કિશોરભાઈ મિસ્ત્રી.*
ઉપનામ:*અક્ષય*
સ્થળ : *બિલીમોરા(હાલ દુબઈ)*
ભાષાઓ : *ગુજરાતી, હિન્દી, થોડું અંગ્રેજી*
ઇન્સ્ટાગ્રામ :

ઈશારો

"હલો મિસ, તમે ખૂબ સુંદર દેખાઓ છો. મિસ સ્વપ્ન સુંદરી સ્પર્ધામાં ભાગ કેમ નથી લેતાં?" એક મિત્રની બર્થડે પાર્ટીમાં નવ્યાની મુલાકાત વૈભવ સાથે થઈ. વૈભવ ડાર્ક, ટોલ અને હેન્ડસમ હતો. અલ્ટ્રા મોર્ડન કપડામાં એ વધુ સુંદર દેખાતો હતો. એ કપડાંથી શોભતો હતો કે કપડાં એનાથી? એ નક્કી કરવાનું મુશ્કેલ હતું. વાક્ ચાતુર્યમાં કોઈ એનો હાથ ન પકડી શકે. એની વાતમાં ભલભલાં ફસાઈ જતાં. સામેની વ્યક્તિને ખબર પડે કે પોતે એના સંકજામાં આવી ગયો છે. એ પહેલાં તો ઘણું મોડું થઇ ગયું હોય.

નવ્યા પણ એની રસઝરતી વાતમાં તણાવા લાગી હતી. વૈભવે એને ડાન્સ કરવાનું ઈજન આપ્યું. બંને ડાન્સ ફ્લોર પર એકમેક સાથે ખૂબ શોભી રહ્યાં હતાં. ડાન્સની ધૂન પર ડાન્સ કરતાં કરતાં ધીરે ધીરે એક એક યુગલ થાકીને બેસી જવા લાગ્યાં પણ આ બંને તો એકમેક સાથે મનભરીને નાચી રહ્યાં હતાં. આસપાસ જમા થયેલી ભીડ તાળીઓ પાડી એમને પ્રોત્સાહિત કરી રહી હતી.

અંતે ડાન્સની ધૂન બંધ થઇ અને બંને થાકીને ચૂરચૂર થઇ ખુરશી પર બેસી ગયાં. એટલામાં એક વેઈટર ટ્રેમાં ઠંડા પીણાંના બે ગ્લાસ લઈ આવ્યો. વૈભવે નવ્યાને એક ગ્લાસ આપ્યો. એટલામાં જ નવ્યાનું ધ્યાન એની પ્રિય સખી હેતાક્ષી પર ગયું. એણે આંખના ઈશારાથી નવ્યાને કોલ્ડ ડ્રીંક પીવાની ના પાડી. પહેલાં તો નવ્યા ન સમજી પણ ફરી હેતાક્ષીનો *ઈશારો* થયો અને નવ્યાએ ગ્લાસ બાજુના ટેબલ પર મૂકી દીધો. હેતાક્ષીએ પોતાની છાતી પર હાથ મૂકી બચી ગયાનો હાશકારો લીધો. ત્યાં તો વૈભવે ગ્લાસ લઈ નવ્યાના હોઠ પર લગાવ્યો. એણે ખૂબ જ માદક સ્વરે નવ્યાને પીણું પીવાનો ઈશારો કર્યો.

દૂર ઉભી રહેલી હેતાક્ષીનું ધ્યાન ગયું. એને સમજાય ગયું કે આજે નવ્યા આ ચાલબાજની જાળમાં ફસાઈ જવાની. એ લચકતી ચાલે વૈભવ પાસે ગઇ અને જાણે ઓચિંતો ધક્કો લાગ્યો હોય તેમ અથડાઈ. તેમાં ગ્લાસ નીચે પડી ફૂટી ગયો. પોતાનો પ્લાન ફેલ ગયો જાણી વૈભવ ગુસ્સે થયો. પણ હેતાક્ષી નવ્યાને પોતાની સાથે પરાણે ખેંચી ગઇ અને

રસ્તામાં એને બધું સમજાવી દીધું. નવ્યાને હેતાક્ષીનો ઈશારો હવે સમજાય ગયો.

****તપસ્યા****

"રાહુલ" નીતાએ લડખડાતી જીભે બૂમ પાડી. રાહુલે આવીને નીતા સામે જોયું. બાજુમાં પડેલા ટેબલ પર એની નજર પડી અને બીજી જ સેકન્ડે રસોડામાં જઈ એના માટે પાણીનો ગ્લાસ ભરી એણે નીતાને પાણી પીવડાવ્યું. છેલ્લાં બે વર્ષથી નીતાની આ જ હાલત હતી.

એક અકસ્માતમાં નીતાની કરોડરજ્જુને ગંભીર ઈજા પહોંચી હતી. એ કોઈ પણ કામ કરવા માટે અસમર્થ બની ગઈ હતી. રાહુલ સાથે એના પ્રેમ લગ્ન હતાં. બંનેના ઘરવાળાનો સખત વિરોધ હતો. એટલે કોઈની પણ સહાય મળવાની અપેક્ષા નહોતી. છતાં રાહુલ હિંમત હાર્યો નહીં. એની જગ્યાએ બીજું કોઈ હોય તો નીતાને સરકારી હૉસ્પિટલમાં ભગવાન ભરોસે છોડી, નવો સંસાર વસાવી લે. પણ આ તો રાહુલ હતો. નીતા એના સ્નેહલગ્નની સાથી હતી.

નીતાને છોડીને જવાનો તો એ વિચાર સુધ્ધાં ન કરે. એને બદલે એણે વર્ક ફ્રોમ હોમ કરી નાંખ્યું. જેથી હંમેશા નીતા પાસે રહી શકાય. નીતા ફક્ત રાહુલ એટલું બોલે એટલે રાહુલ એની આંખ સામે જુએ. એના આંખના ઈશારે એ સમજી જાય કે એને શું કામ છે. રાહુલની તપસ્યા સાવિત્રી કરતાં જરાય ઓછી નહોતી.

પિનાકીન પારેખ

નામ :-પિનાકીન પારેખ
ઉપનામ : પીનુ પ્યારે
સ્થળ:- બોઇસર, મહારાષ્ટ્ર
ભાષાઓ:- ગુજરાતી, મરાઠી, હિન્દી, અંગ્રેજી
ઇન્સ્ટા:-pinu_perfect

****નયનસુખ****

રેખા રાઈકર અને નાગરાજ નાયક બન્ને કોલેજના સમયથી પોતાની જાતને લીડર માનતા હતાં.
છેલ્લાં વર્ષમાં આવતા સુધી તો બન્ને વચ્ચેના સંબંધો ચર્ચાને ચકડોળે ચઢી ચુક્યા હતાં. નવા આવનાર વિદ્યાર્થીઓને રેગિંગની સજા આપવામાં કહો કે પછી વર્ગ છોડીને કેન્ટીનમાં મસ્તી કહો.

સતત, કંઇક તોફાન મસ્તી અને પોતાનું ધાર્યું કરવું જાણે એ આ બન્નેની ઇજારાશાહી જેવી બની ગઈ હતી.

એક દીવસ કોલેજમાં નવા પ્રોફેસરનો પ્રવેશ થાય છે. ગૌરવર્ણ, ઊંચું કદ, વિશાળ કપાળ, સુંદર વાક્ચાતુર્ય. કામદેવના અવતાર સમા પ્રોફેસર પંકજની કરડી આંખો એને એક અલગ વ્યક્તિત્વનો માલિક તરીકે પ્રસ્થાપિત કરવામાં બહુ મોટો ભાગ ભજવતી હતી.
ગર્ભ શ્રીમંત પિતાની પુત્રી રેખા, પંકજથી પ્રથમ નજરે જ ઘાયલ થઈ ગઈ હતી.
જ્યારે દોમ દોમ સાહેબી અને ઊછળતું કૂદતું યૌવન, યુવા પ્રોફેસર પંકજની આંખમાં પણ વસી ગયું હતું. યુવા દીલ, ક્યારે પ્રેમીપંખી બની ગયાં તેની ખબર જ પડી નહીં.
વા વાયા ને વાત પહોચી નાગરાજ સુધી. શહેરના ગર્ભશ્રીમંત શેઠની એકની એક દીકરી અને કરોડોની મિલ્કત પોતાનાં હાથમાંથી છટકી જવાની ચીંતા અને ડર નાગરાજને સતાવવા લાગ્યો. એક દિવસે કોલેજ છૂટયા પછી પંકજની બાઇકને અજાણ્યા વાહને ટક્કર મારી પણ હેલ્મેટ પહેરી હોવાથી કોઈક બીજાને ટક્કર વાગી.
જ્યારે પંકજ તો રેખા સાથે એની કારમાં શહેરની બહાર લોંગ ડ્રાઇવ પર હતો.
શહેરના પોલીસ અધિકારીનો દીકરો અને કોલેજનો જ વિદ્યાર્થી પંકજની બાઇક એને ઘરે મુકવા જઈ રહ્યો હતો. પોતાનાં દીકરાને

અડફેટે લેનાર ટ્રક ડ્રાઇવરને ચૌદમું રતન આપતાં જ બધી વાત અને કારસ્તાન ઉઘાડું પડી ગયું.
ગુનેગાર જેલમાં અને
પંકજ રેખા ગેલમાં,
કારણકે બન્ને પક્ષે લગ્નની સંમતી.
વરમાળા પહેરાવી ત્યારે બન્નેની આંખોં સુચક નજરે ઘણું બધું બયાન કરતી હતી.

રમેશ વાઢેળ

નામ: રમેશ વાઢેળ
ઉપનામ: કવિ અજનબી
સ્થળ : કડવાશણ, કોડીનાર
ભાષાઓ : ગુજરાતી, હિન્દી
ઇન્સ્ટાગ્રામ : ramesh_vadhel_1607

કાઈક તો ખૂટે છે સફર માં

હા, ટાઇટલ જોઈને લાગે છે ને કે કંઈક ખૂટે છે મતલબ કંઈક ખૂટે છે... જિંદગીમાં કે સંસારમાં. હા દોસ્તો, જીંદગી પણ આવા અવનવા અનુભવ થી ભરેલી છે તેનો આપણને અનેકવાર અહેસાસ એવો થાય જ છે કે હા યાર કંઈક ખૂટે છે આ જીંદગીમાં.... એ પછી પ્રેમ હોય કે પૈસા કંઈ પણ હોઈ શકે. પણ આ તો જિંદગીની સફર છે દોસ્તો કયારેક સુખ તો ક્યારેક દુઃખ આવ્યા કરે. બસ આપણે આ સફરની મોજ માણી લેવાની. કેમકે હવે કોઇને કંઇક ને કંઇક તો ખુટે જ છે. કોઇ પરિપૂર્ણ હોતું જ નથી

તેવી જ એક વાત. એક વાસ્તવિક કહાની છે. એ મને ખૂબ જ પ્રેમ કરતી. ખૂબ જ વહાલ કરતી કહેવાય ને ક્યારેક હું એનાથી નારાજ હોવ તો ત્યારે એ મને પ્રેમથી તો ક્યારેક નખરા થી તો ક્યારેક પોતે રડી ને પણ મનને મનાવી લેતી.

ક્યારેક તો એને હું ખોટું બોલી એટલું હેરાન કરું કે ગુસ્સે થી લાલ થઇ જતી પણ એ ગુસ્સો પાછળ પણ મારા પરનો અનહદ વહાલ વરસાવી હતી અને અઢળક પ્રેમ થી અનુભૂતિ કરાવતી.

મારું મુખ જોઈ મને સમજી જતી. કહેવાની જરૂરત ન પડતી. બસ અમારી આંખો જ વાતો કરતી.

મારી ખુશી માં ખુશ અને મારા દુઃખમાં દુઃખી એવો સાથ મને આપે. ક્યારે જો આવે કપરો સમય તો પોતાના કરતા વધારે મારા વિષે વિચારતી. નાની-નાની વાતોમાં પણ આટલું ધ્યાન રાખતી કે જાણે આ ભૂમિ પર મારા પર પ્રેમ વરસવા જ આવી હોય એવું લાગ્યા કરે, પણ કહેવાય છે ને જિંદગીના સફર માં એક વળાક આવે જ.

જિંદગીના સફરમાં એક સમય એવો આવ્યો કે બંનેને અલગ થવું પડે એમ હતું. પણ એ રાજીખુશી થી અલગ થવા માંગતા હતા અને એકબીજા ખૂબ લાગણી થી ભરપુરતો હતા પણ સાથે અલગ થવાનું

દુઃખ પણ હતું. બંને અલગ કાસ્ટ ના હોવાથી પરીવાર કે સમાજ નહિ સ્વીકારે એનું મોટું દુઃખ હતું.

આ બંને એકબીજાની સાથે રહેવા માંગતા હતા. બંને એક ન થઈ શક્યા પણ અલગ પણ ન થયા. બંનેએ મિત્રો બની જિંદગી સુખ દુઃખમાં સાથે રહેવાનું સ્વીકાર્યું. ના કોઈ વાતચીત કે ના કોઈ કરાર બસ આંખોથી અને સમજણથી જ કરેલો આ નિર્ણય. હંમેશા એકબીજાને સાથ આપતા રહીશું. પછી એ સુખની પળો હોય કે દુઃખની. કદાચ સમાજ નો સામનો પણ કરવો પડે. આપણો સમાજ એક સ્ત્રી અને પુરુષની દોસ્તી સ્વીકારતો નથી.

દોસ્તો તમે જેને પ્રેમ કરો છો તો એકબીજાની પરિસ્થિતિને સમજો. પ્રેમ કરો છો એનો મતલબ એવો નથી કે મેરેજ થવા જ જોઈએ. તમે અલગ રહીને પણ એને પ્રેમ કરી શકો માટે કોઈ પણ પરિસ્થિતિ હોય પોતાના સાથીની પરિસ્થિતિ સમજો અને સાથ આપો અને જિંદગીમાં આગળ વધો.

જીંદગી એક સફર છે. ક્યારેક રાહગીર બદલી પણ જાય. તમારા હમસફર ને સમજો અને સ્વીકારો.

સુખ અને દુઃખ જિંદગીમાં ના બે પાસા છે સાહેબ
માટે ખુશ રહો અને સફર ની મોજ માણો.

ઝગડા પાછળનો પ્રેમ

મીરાં ખૂબ જ દુઃખ અને સાથે ફોનમાં બોલવા લાગી, "યાર તું મને પ્રેમ જ નથી કરતો. આટલા મહિનાઓ થઈ ગયા તું મને મળવા પણ નથી આવતો.તને મારી યાદ જ નથી આવતી. તને મારા પ્રેમની કદર જ નથી. હું મીરા નો અવાજ સાંભળતો જ રહ્યો અને મીરા બોલતી રહી. મીત ઘરથી દૂર અજનબી શહેરમાં અજનબી બની ગયો હોય એમ ઘરની જવાબદારી સાથે પોતાનું કરિયર બનાવવા માટે નીકળી ગયેલો. દિવસો જતા રહ્યા. એક- બે- ત્રણ એમ મહિના નીકળી ગયા. બંને રોજ ફોન પર વાતો કરતાં પણ મળી નહોતા શકતા. છ મહિના પછી મીત રજા લઈને મળવા માટે મીરાંના શહેરમાં પહોંચ્યો. મીરા માટે મસ્ત ગિફ્ટ અને ચોકલેટ લઇ ગયો હતો.

મીરાં સ્ટોપ પર મીતની રાહ જોતી હતી. એટલા માં બસ આવી અને મીત દેખાયો. મીત ને જોઇને મીરાંની આંખોમાંથી આંસુ નીકળી ગયા. જાણે વર્ષો થી એક બીજા થી અલગ હતા. અને આજે મળ્યાં. મીરાંના આનંદનો પાર નહોતો. એકબીજાની નજીક આવ્યાં અને કસ થી હગ કરીને ઊભા રહી ગયા. મીરાં બોલી, "તું મને નથી જોતો, તું મારો જીવ છે યાર મને આટલી રાહ ના જોવડાવ."

મીત બોલ્યો, "અરે ગાંડી તું મારી જીંદગી છે. તને મારાથી અળગી ક્યારેય નહીં કરું પણ શું કરું મીરાં, ઘરની જવાબદારી માટે બીજા શહેરમાં જવું પડે.

બંને મળ્યા, સાથે સમય વિતાવ્યો, સાથે જમવા ગયા. સમય ક્યારે નીકળી ગયો તેની ખબર જ ન પડી. મીત ને ફરી જવાનો ટાઈમ થઇ ગયો હતો. બંનેની આંખો ઘણું જ કહેતી હતી. મળ્યાની ખુશી સાથે વિખૂટા પડવાનો ગમ આંખોમાં ઉભરાઇ રહ્યો હતો. બંને બસ સ્ટેન્ડ પર પહોંચી ગયા. બસ આવતાંની સાથે જ મીરા બોલી, "તું મને નથી જોતો પણ હા તું જલ્દી આવજે. હું તારી રાહ જોઉં છું. મીત બોલ્યો, "અરે ગાંડી, જવા તો દે મને જઇશ તો ફરી અવીશને?" બંને એક બીજા નજર ભરીને ને જોઇ રહ્યા.

મીત બસમાં બેસી ગયો મીરા ખુશ તો હતી પણ ફરી મીત જતો હતો તેનું દિલ માં દુઃખ પણ હતું.
બસ જતાં જ મીરા રોઈ પડી. દૂર દૂર સુધી જતી જોઈ રહી.
બંને એકબીજાને ખૂબ જ પ્રેમ કરતાં હતાં. બંને ભલે અલગ અલગ શહેર રહેતા પણ બંને તન થી અલગ હતા. પણ એટલા જ અનહદ પ્રેમ સાથે દિલ થી બંને એક બીજાંની ખુબ જ નજીક હતા. એટલા દૂર હોવા છતાં બંને એક બીજાનું ખુબ ધ્યાન રાખતાને અનહદ ખુશીથી રહેતા.
મિત્રો ક્યારેક જીંદગીમાં સફરમાં કોઈ થી દુર જવાનું થાય તો જજો પણ કોઇથી અલગ ન થતા.
તમને કોઈ અનહદ પ્રેમ કરે છે. તો તેની કદર કરજો. એક બીજાં ની પરિસ્થિતિ સમજી હરેક પરિસ્થિતિ માં સાથ આપજો. અને આનંદ થી રહેજો .સુખ દુઃખ તો જિંદગીની બે બાજુ છે આવશે ને જશે પણ ફરી આવું વ્યક્તિ નહિ મળે.

કહેવાય ને પ્રેમ થી પૈસા મળશે પણ
પૈસા થી પ્રેમ નહી મળે.

જિંદગી ની પરિક્ષા

પરીક્ષા જેમ-જેમ નજીક આવતી હતી એમ મારા પર ડિપ્રેશનનું વાદળ હાવી થઈ રહ્યું હતું. એક તરફથી પપ્પા નો ગુસ્સો અને બીજી તરફ થી મમ્મીના ટોણા, હું શું કરું એ સમજાતું નહતું. વાંચવામાં મન નહોતું લાગતું કંઈ સમજાતું નહતું. પરંતુ પપ્પાને કે મમ્મીને કેમ સમજાવું કે મારે ભણવું નથી .

એક દિવસ બહુ ગુસ્સો આવ્યો, હિંમત કરીને પપ્પાને કહ્યું, "પપ્પા મારે ભણવું નથી. ભણવામાં મને બહુ જ કંટાળો આવે છે હું રીડિંગ નહીં કરું."

પપ્પા મારી વાત સાંભળતા જ રહી ગયા. મમ્મી વચ્ચે બોલવા ગઈ પણ પપ્પાએ આંખના ઈશારે મનાઈ કરી દીધી. મને પ્રેમથી કહ્યું, "બેટા, અહીં આવ મારી પાસે બેસ." એટલું કહી પપ્પા એ મને બાજુમાં બેસાડ્યો. પપ્પા શાંતિથી મને બોલ્યા, "દીકરા અમે જે હાલતમાં જીવીએ છીએ, અમે જે હાલતમાં રહીએ છીએ અને અમે જે હાલતમાં મજૂરી કરીએ છીએ એ તારે ના કરવી પડે એ માટે તને સમજાવીએ છીએ. તારે આ તડકામાં કાળી મહેનત મજૂરી ન કરવી પડે એટલા માટે તને ભણાવી ગણાવીને આગળ મોકલવા માંગીએ છીએ." પપ્પાની આંખમાં નમી અને આંસુ બંને દેખાતા આટલું બોલી પપ્પા જતા રહ્યા. હું પણ મારા રૂમમાં જતો રહ્યો પપ્પા કામ પર જતા રહ્યા..

પરીક્ષાનો સમય થયો હું સ્કૂલ પર જતો હતો. રસ્તામાં પપ્પાને કામ પર ચાલતા જતા જોયા ફાટેલા કપડાં અને તૂટેલા સપ્પલ પણ મને નવાં બુટ અને નવાં કપડાં સાથે ભણાવવા મોકલતા હતા. સ્કૂલ પહોંચતા પહોંચતા ખૂબ જ અવનવા વિચાર આવ્યા. મારા પપ્પા ની આ હાલત મારાથી નથી જોઈ શકાઈ.

ત્યારે પરીક્ષા આપતા આપતા વિચાર્યું. હું ભણીશ ખૂબ ખૂબ આગળ વધી અને હવે હું મારા મમ્મી પપ્પા માટે કંઇક કરીશ પરીક્ષા પૂર્ણ થઈ. થોડા સમય પછી રિઝલ્ટ આવ્યું distinction સાથે પપ્પા મારું results જોઈ ખુશ થયા.

મને આ નાનકડા ગામ માંથી સિટીમાં ભણવા મોકલ્યો ચાર વર્ષ એન્જિનિયરિંગ પૂર્ણ કર્યું ખુબ સરસ result સાથે. લાસ્ટ યર માં placement આવ્યા. કંપનીમાં જોબ મળી ખૂબ સારા પગાર સાથે 25 હજારની સેલેરી મળી અને ડાયરેક્ટ ટ્રેનિંગમાં જતો રહ્યો. ત્રણ મહિનાની ટ્રેનિંગ પૂરી થતાની સાથે જ મે ઘરે જવાનું વિચાર્યું. ત્યારે ત્રણ મહિનાનો સેલરી ₹75000 મારા બેંક એકાઉન્ટમાં હતા. પપ્પાને કહ્યું પપ્પા હું સવારે ગામના સ્ટોપ પર પહોંચી જઇશ મને લેવા આવજો.

આટલું કહી હું ખરીદી કરવા નીકળી ગયો. મને એ પપ્પાના ફાટેલાં કપડાં હજી યાદ હતા માટે પપ્પા માટે નવા બુટ અને નવું સૂટનું કાપડ લીધા, મમ્મી માટે નવી સાડી લીધી. શુટબુટમાં ઘરે જવા હું નીકળી ગયો. બસ ગામમાં પહોંચતાની સાથે જ મમ્મી અને પપ્પા દેખાયા. મને બસસ્ટેશન પર લેવા આવ્યાં હતાં.

મારો દીકરો આજે સાહેબ બની ગયો એવું બોલવા લાગ્યા અને મને ગળે લગાવી દીધો ખૂબ આનંદ સાથે બોલતા હતા આજુ બાજુવાળાને સંભળાય એમ કે જુઓ મારો દીકરો આજે સાહેબ ગયો. ઉતરતાની સાથે જ મારા પપ્પાએ મારી પાસેથી બેગ હાથ માં લીધું અને કહ્યું દીકરા કેમ છે .આજે મારી મહેનત સફળ થઈ ગઇ તું આજે સાહેબ બની ગયો. આજે મને ગર્વ છે કે આ નાના અમથાં ગામમાંથી મારો દીકરો સાહેબ બનીને આવ્યો છે. પપ્પા નો ઉત્સાહ જોઈ રડી પડ્યો. અને કારણ હતું કે આ એક સુંદર સપનું હતું જે ક્યારેય હકીકત નહોતું થવાનું. મને પ્લેસમેન્ટ તો સારી જગ્યા પર મળી ગઈ. પણ આ ખુશી જાહેર કરવા પપ્પા હયાત નહોતા.

સપનાંઓ કેટલા સુંદર હોય છે પણ ક્યારેક ખુલ્લી આંખે જોયેલા સપનાંઓ અધૂરા રહી જાય છે.

અફસોસ કે મારું એન્જીનીયરીંગ માં પ્રથમ વર્ષ હતું ત્યારે જ પપ્પાએ આ દુનિયા માંથી વિદાઈ લઇ દીધી. અને આ મારું સપનું અધુરું રહી ગયું આજે પણ પપ્પા માટે લીધેલ કપડાં અને મોબાઈલ મારી પાસે

સહી સલામત છે. આ યાદોની સાથે મારી વાત પૂર્ણ કરું છું જે હંમેશાં માટે રહી ગઈ છે....અધુરી કહાની.... અધુરી કહાની..... Miss u papa..

તરલીકા પ્રજાપતિ

નામ*:- તરલીકા પ્રજાપતિ
ઉપનામ:- "તત્ત્વમસિ"
સ્થળ:- ઈડર
ભાષા:- ગુજરાતી, હિન્દી
ઈનસ્ટાગ્રામ:- prajapati Tarlika

આંખો આંખોમાં

પ્રાચી ઉતાવળે કોલેજથી ઘરે આવવા નીકળી રહી હતી અને એકદમ ઝડપથી તેની સામે વેદ ટકરાઈ ગયો. બંનેના હાથમાં રહેલ ચોપડીઓ નીચે પડી ગઇ એટલે નીચે બેસી એકબીજાને ચોપડીઓ ભેગી કરવામાં મદદ કરતાં બંનેની આંખો એક થઈ ગઇ.

વેદ અને પ્રાચીએ *"આંખો આંખોમાં"* હજાર વાતો કરી અને બંનેની આંખોમાં એક તારામૈત્રક રચાઈ ગયું. બંને જાણે વર્ષોથી એકબીજાને ઓળખતા હોય તેમ એકબીજા માટે લાગણી બંધાઈ ગઈ.

બંને ફટોફટ એકબીજાની ચોપડીઓ એકબીજાને હાથમાં પકડાવી અને હસતાં હસતાં એકબીજાની વિરુદ્ધ દિશામાં પોતાના મિત્રો સાથે ચાલવા લાગ્યાં. પ્રાચી ઘરે આવી તૈયાર થઈ રહી હતી પણ તેની આંખોમાં તો વેદ વસી ગયો હતો.

થોડીવારમાં મહેમાનો આવી ગયાં. પ્રાચીનું મન નહોતું માની રહ્યું પણ પોતાના પરિવાર માટે બધું ચાલ્યા કરતું હતું. પ્રાચી ચા લઈને આવે છે. છેલ્લે જે છોકરા જોડે તેના લગ્ન થવાના હતાં તેને ચાનો કપ આપતાં તે બંનેની નજર એક થઈ. તે છોકરો બીજું કોઈ નહિ પણ વેદ હતો. બંનેએ ખુશ થતાં એકબીજાને આંખો આંખોથી જાણે લગ્નની મંજૂરી આપી દીધી.

નિકિતા વાઢિયા

નામ : વાઢિયા નિકિતા મહેન્દ્રકુમાર
પેન નેમ: સોનું_એક_આશ
સ્થળ : ભુજ કચ્છ
ભાષાઓ : ગુજરાતી,હિન્દી,અંગ્રેજી
ઈન્સ્ટાગ્રામ : sonu_ek_Ash

અમાસની અજવાળી રાત

ઘોર અંધારું, એમાંય અંધારી રાત, કડકડતી વીજળી, અને અષાઢના પ્રેમમાં તડબડ થયેલો આ વરસાદ ને ઉપરથી બસ સ્ટોપ પરની સૂચના :"પ્લેટફોર્મ નં: ૦૬ , રાજકોટ - જામનગરની બસ વધારે પડતા વરસાદને લીધે ૩૦ મિનિટ મોડી છે"
કરવું પણ શું બેઠી રહી હું ત્યાં જ બાકડે. અડધી કલાક કાઢવી છે હજુ તો, લાવને આટલો સરસ વાતાવરણ છે તો આ વાતાવરણનો લાભ જ લઇ લઉં. "મનમાં હું બબડી અને મારા થેલામાંથી પેન અને ડાયરી કાઢી. બસ હવે તો સમય ક્યાં પસાર થાય કોને ખબર ! મે તો લખવાનું શરૂ કર્યું અને ખોવાઇ ગઈ મારી જ દુનિયામાં. ક્યારથી એક વ્યક્તિ મને તીરછી નજરથી જોઈ રહ્યો હતો દેખાવે તો સારા ઘરનો લાગતો હતો છતાં પણ આવી હરકત જોઈ મે મોં ફેરવી લીધું. અને જાણવા છતાં અજાણ બની એની સામે. (૨ કલાક પછી)
હાશ !!!!!! પૂરા ૨કલાક પછી બસ આવી તો ખરી. એક પછી એક બસમાં ચડતા આવ્યા અને પેલો વ્યક્તિ પણ આ જ બસનો મુસાફિર નીકળ્યો. એ પણ મારી જ બાજુની સીટ એમની સીટ હતી. હશે ચાલો।

એક તો બસ મોડી,અને ઉપર થી આ જિદ્દી વરસાદ એમાંય બસ આવી એની ખુશી હતી એ પણ રાતના 2 વાગે. સાવ સરળ સ્વભાવ, અને એક ગંભીરતા દેખાઈ રહી હતી એમના ચહેરા પર. મારાથી રે'વાયું નહિ અને પૂછી લીધું " કેમ અવડા ગંભીર છો? કશું તકલીફ નથી ને?" એમણે સહજતાથી જવાબ આપ્યો :"ના.આભાર" ઠીક ચાલો મે તો મારું ચાલુ રાખ્યું અને ખોવાઈ ગઈ એ જ વાતાવરણમાં ફરી પાછી. પણ આ શું કેમ મને વાડે ઘડિયે પેલા માણસનો વિચાર આવે છે? શું કામ વિચારી રહી છું? સફર ઘણી લાંબી હતી એકલા કરવું પણ શું? મે વાત કરવાનો પ્રયત્ન કર્યો. વાત શરૂ થઇ અને ક્યારે સફરના 5 કલાક પસાર થઈ ગયા એની જાણ પણ ન રહી. લાગણીઓ બંધાણી, ઓળખાણ નીકળી, લ્યો હવે તો અમારી ચોઇસ પણ મળતી આવે છે. આવું તો અનેક વાતો હતી જે અમને નજીક લાવી રહી હતી. હવે તો

આવી ગઈ અમારી મંજિલ. બસ થોભી તો થયું કે હજુ જો આગળ જતી હોય ને તો ભલે ટિકિટ ખર્ચીને આગળ જવું પડે પણ આ સમય, આ વાત અને આ મુલાકાતને જવા નોતિ દેવી. પણ બધું આપણા હાથમાં થોડી હોય છે ? બસ થોભી, અને હું ઉતરી નીચે. આ શું? કંઇક છૂટી ગયું મારું!
કંઇક ખોવાઈ ગયું મારુ!

આજે એ વાતને ૫૦વર્ષ પૂર્ણ થઇ ગયા છે અને હું જિંદગી અને મોતની વચ્ચે જુલું છું. બસ આ પત્ર એ ડોકટરને આપી દઉં જે મારી ટ્રીટમેન્ટ કરે છે એટલે મને મોક્ષ મળે.
- તારી શારદા

જે તારી હોવા છતાં તારી થઈ ન શકી અને હવે જીવનમાં મળવાનું થયું તો ખબર પડી કે જૂજ કલાકો જ છે મારી પાસે
કદી કહી ન શકી એ આજે કહું છું.
મારા પ્રેમ, મારા જીવનમાં આવવા માટે ખૂબ આભાર તારો !.

શારદાનો આ પત્ર વાંચીને હું ત્યાંજ ઊભો રહી ગયો જમીન તો હતી પણ પગ ધ્રુજતા હતા. આંખો રડી રડીને ને માત્ર શારદા ને જ જોવા ઝંખતી હતી જે હવે કદાચ કદી પાછી નહીં એવી શકે.

હરદેવ રાઠોડ

નામ: હરદેવ રાઠોડ

ઉપનામ: ઘાયલ સંન્યાસી

સ્થળ : સુરેન્દ્રનગર

ભાષાઓ : ગુજરાતી

ઇન્સ્ટાગ્રામ : @gujju_sanyaasi, @hardevrr

****આંખોની સફર****

ઓફિસમાં પ્રેમ કે આકર્ષણ થવું એકદમ સહજ છે. લીફ્ટનો દરવાજો ખુલે છે, યોગેશ લીફ્ટની અંદર પ્રવેશ કરતા પહેલા નીચે ઉતરેલા લોકોની બહાર આવવા માટે જગ્યા આપવા માટે એ તરફ ખસી જાય છે. લીફ્ટ અંદર એક છોકરી હતી, ભરતકામવાળી મોજડી, પીળો ચુડીદાર અને લાલ ટોપ અને તેના પર એકસાઇડ લીધેલો લીલો દુપટ્ટો વાહ! શું ડ્રેસિંગ છે, યોગેશથી બોલી જવાયું, પણ ભાન થતા શરમના માર્યો નીચા મોંઢે લીફ્ટમાં પ્રવેશી તે છોકરી તરફ જોયું, છોકરી પણ તેના પર થોડા ગુસ્સા સાથે તીરછી નજર નાખીને ચાલી ગઇ.

આ પછી યોગેશની નજરમાંથી એ છોકરી હટતી નહોતી. હવે તેની પાસે ઓફિસે જવા માટે સુંદર કારણ હતું. હવે યોગેશની આંખો હંમેશા તેને શોધતી રહેતી, પણ એ છોકરી તેને ક્યાંય દેખાતી નહીં. એ છોકરીને જોવા માટે હવે યોગેશે અલગ અલગ શિફ્ટ અને ઓવર ટાઇમ કરવાનું પણ શરૂ કરી દીધું. થોડા દિવસો બાદ એક દિવસ યોગેશ ઓફિસ કેન્ટિનમાં નાસ્તો કરવા માટે બેઠો હતો, ત્યારે અચાનક તેની પાછળથી એક મૃદુ અને નાના બાળક જેવો અવાજ તેના કાને અથડાયો, તેણે પાછળ ફરીને જોયું તો બસ જોતો જ રહ્યો

જેને શોધતો હતો હું અહીં તહીં
એ મારી જ મને પાછળ મળી

બદામી ટોપ સાથે લાઇટ બ્લુ લેગિંસ અને બાંધણીવાળો વનસાઇડ દુપટ્ટો પહેરેલી છોકરી પર તેની નજર પડી. લીફ્ટ બાદ ઘણા દિવસો પછી યોગેશ એ છોકરીને જોઇ રહ્યો હતો. એ છોકરી હસતી હતી ત્યારે જાણે ઘડિયાળ પણ ચાલવાનું ભૂલી જતી હોય એમ સમય થંભી જાય, બોલે તો લાગે નાનું બાળક બોલી રહ્યું હોય તેમ ધીરે ધીરે અને કોમળ વાણી સાથે દરેક વાત વિનંતીના સ્વરે એવી રીતે યોગેશના કાને અથડાતી જાણે તાનસેન રાગ મલ્હાર ગાઇને તેના રોમ રોમમાં ઠંડક પ્રસરાવતા હોય. એ છોકરીને નોટીસ કરતાવાર ન લાગી કે કોઇ તેને રસિક નજરે જોઇ રહ્યું છે. છોકરીએ થોડીવાર નજર નીચે રાખી અને એ દરમિયાન બે ત્રણ વાર યોગેશ સામે ત્રાસી નજરે જોઇ લીધું, અથવા એમ કહોને કે તેણે નયન બાણોથી યોગેશનું દિલ વિંધી નાંખ્યું.

યોગેશે તે છોકરીને સેન્ડવીચ ઓફર કરી. જ્યારે યોગેશે તેને પુછ્યું ત્યારે તેના અવાજમાં કંપારી હતી જે તે છોકરી જાણી શકી હતી. છોકરી ઉભી થઇ અને યોગેશ સામેની ખુરશી પર ગોઠવાઇ અને યોગેશને હળવેકથી નીચી નજર રાખીને કહ્યું, આજે ઓફિસમાં મારો છેલ્લો દિવસ છે, અને હું હવે છત્તિસગઢ જઇ રહી છું. હું કોઇ સાથે વધુ વાત કરવું પસંદ નથી કરતી એટલે સોરી...

યોગેશે તેને કહ્યું, તમને જોઇને મને કોઇની યાદ આવતી હતી, હવે તમે જઇ રહ્યા છો, તો એ યાદ પણ તમારી સાથે જતી રહેશે, પણ મને તમે હંમેશા યાદ રહેશો... આટલું સાંભળી છોકરી સ્માઇલ કરીને ચાલી ગઇ, અથવા એમ કહો કે યોગેશનું દિલ લઇને જતી

રહી... આજે પણ યોગેશ ઘણીવાર એ છોકરીને એકાંતમાં વાગોળીને મનને મનાવી લે છે.

જોવાનું કામ તો આંખો કરે છે
પણ રડવાનું તો હૃદયે હોય છે
વિરહની વેદના તો દિલમાં હોય છે
પણ આંસુ તો આંખોને સારવા પડે છે.

કિરણબેન બી શર્મા

નામ: કિરણબેન બી શર્મા
ઉપનામ: પ્રકાશ
સ્થળ : વડોદરા
ભાષાઓ : ગુજરાતી, હિન્દી
ઇન્સ્ટાગ્રામ : kiranbensharma125

પ્રતિકાર

આર. કે કૉલેજ રાજકોટમાંથી મસ્તીખોર, હિંમતવાન અને ચાલાક બારેક જેટલા છોકરા છોકરીઓ ટ્રેકિંગ પર જવા નીકળ્યા.

હિમાલયની પર્વતમાળાએ નક્કી કરેલા સ્થળ પર પહોંચી પોતાનું રુટિન પતાવી સવારે ટ્રેકિંગ કોચ રાજનભાઈને મળ્યા. રાજનભાઈએ ત્યાના સ્થળની ગંભીરતા સમજાવી એલર્ટ રહેવા અને સામનો કેમ કરવો એ શીખવ્યું.

ટીમ લિડર પ્રીતિ અને મલય બાહોશ અને ત્વરિત નિર્ણય લેવામાં હોશિયાર એ સંપૂર્ણ ટીમ સાથે નૈસર્ગિક વાતાવરણનો આનંદ લેતા અ◌ાગળ વધતા હતાં.

અચાનક જ એક આંતકવાદી ટોળાએ મલયની સંપૂર્ણ ટીમનું અપહરણ કરી એક ગુફામાં હાથ પગ બાંધીને, મોં પર પટ્ટી લગાવી નજર કેદ કર્યા. બોલવું ચાલવું અસંભવ હતું પણ આંખોના ઈશારાથી વાત થતી હતી.

આંખોમાં અનેક સવાલ અને આવનાર ખતરાનો ભય હતો. ટોળાને અહીં મુકી રાતના સમયે એકને ગુફા બહાર પહેરો ભરવા બેસાડી આંતકવાદી જેવા બહાર ગયા કે પ્રીતિ અને મલયે આંખના ઈશારે એકબીજાની નજીક આવવા કહ્યું. ફિલ્મી ઢબથી એકબીજાની રસ્સી ખોલી ઈશારાથી સંપૂર્ણ ટીમને ચૂપ રહેવા કહ્યું.

કોઈ હુમલો કરે તો પ્રતિકાર એક સાથે કરવો એવુ સમજાવી બધાને આંખના ઈશારે પોતાની પાછળ આવવા જણાવ્યું.

હવે દાવ પલટાઈ ગયો. એકલો આંતકવાદી આ તોફાની ટોળાની કેદમાં હતો, આગળની કાર્યવાહી પોલીસને સોંપી મલય અને સંપૂર્ણ

ટીમે રાહતનો શ્વાસ લીધો. આંખોએ એકબીજાને આગળ પ્લાન વિશે પુછ્યુ અને જવાબ હર્ષોલ્લાસની ચિચીયારીથી મળ્યો.

સંપૂર્ણ ટીમનું સન્માન થયું અને દેશની સેવા પણ.

ધ્વની મિતેષ પટેલ

નામ : ધ્વની મિતેષ પટેલ
ઉપનામ : ' શ્રી '
સ્થળ : ભરૂચ
ભાષાઓ : ગુજરાતી
ઇન્સ્ટાગ્રામ : dhvani.patel1981

વિધીની વક્રતા

આથમતા સૂર્યના અંધકારની જેમ જમના મા ના જીવનનું અંધારું આખા રૂમમાં ડોકિયું કરી રહ્યું હતુ. યુવાનીમા ખેત-મજૂરી કરીને એકના - એક દીકરા અવિનાશ ના ભણતર પાછળ પૈસો ખર્ચવામાં જમના મા અને મોહનબાપાએ કોઇ કસર રાખી નહોતી. અવિનાશ પણ મા-બાપની પ્રમાણિક નીતિ , મહેનત, ઈશ્વર પ્રત્યે શ્રધ્ધાથી અવિનાશને સારા પગારની સારી કંપનીમાં નોકરી મળી ગઇ.

'દુ:ખ પાછળ સુખ સમાયેલું જ છે.' તેવું સમજી મોહનબાપા તથા જમનામા રાજીના રેડ થઈ ગયા અને ભગવાનનો આભાર માનવા લાગ્યા. પરંતુ, જીવનમાં સુખ રૂપી દીવડો અલ્પ પ્રકાશ આપીને જ બુઝાઇ જાય છે. તેમ ભગવાનને જમનામા નું સુખ વધારે મંજૂર નહી હોય. મોહન બાપા ટૂંકી માંદગીમાં ઈશ્વરને શરણ થઈ ગયા.

જમનામા એ એકના એક દિકરા અવિનાશના લગ્ન કરી જીંદગીનો છેલ્લો ભાર હળવો કરવાનું વિચાર્યું. કહેવાના જ ખાનદાન મા બાપની દિકરી શીલા સાથે અવિનાશના લગ્ન લેવાયા સુશીલ, ગુણીયલ તથા આજ્ઞાકિત પુત્રવધૂ ને જોઇને જમનામાં પોતાને આ દુનિયાની સૌથી વધુ ભાગ્યશાળી વ્યક્તિ માનવા લાગ્યા. પણ જૂની કહેવત "નવી વહુ નવ દહાડા' પ્રમાણે શીલાએ જમનામા સામે પોતાના કહેવાના જ સંસ્કારીપણાનું પડ ધીમે-ધીમે ઉખેડવા માંડ્યું શીલાને સાસુમા આંખના કણાની જેમ ખૂંચવા લાગ્યા. પોતાના વર માટે આખી જીંદગી મહેનત કરી શરીર ઘસનાર જનેતા માટે શીલાને બે ટંક ખાવા દેવાનું પણ પરવડતું ન હતું.

આખરે વહુના કહેવા પ્રમાણે જ કરવા ટેવાયેલો , વહુના કહ્યાગરા અવિનાશે શીલાના માજીને વૃધ્દ્ધાશ્રમમાં મૂકવાના વિચારને વધાવી લીધો. દીકરો-વહુ જનેતાને જાત્રા કરવા લઈ જતા હોય તેવા જ હરખથી વૃધ્દ્ધાશ્રમમાં લઈ ગયા.

વૃધ્દ્ધાશ્રમમાંની છેલ્લી વિદાયે શીલાની ગેરહાજરી માં જનેતા હારે લોહીના સંબંધથી બંધાયેલો અવિનાશ પુત્ર હધ્યે જમનામાં ને હાથ જોડી કહેવા લાગ્યો, " મા મારી ભૂલ થઈ ગઈ છે' માફ કરશો , મારે

શીલા કહે તેમ કરવું પડે છે." પોતાના પેટના દીકરાના આવા શબ્દો સાંભળી કાપે તો પણ લોહી ન નીકળે તેવી પરિસ્થિતી અનુભવતા જમના મા બોલ્યા, " બેટા, ભૂલ તારાથી નહીં, ભૂલ તો મારાથી થઈ છે" તારા જન્મ પહેલા બે-બે દીકરીઓને મારી કૂખે જન્મ આપતા પહેલા જ મેં ઈશ્વરને શરણ કરી હતી. કારણ ! મારે અને આ સમાજને દીકરી (પુત્રરત્ન) ની રાહ હતી.

વિધીની વક્રતા તો જો ?

જમના મા લાચાર હ્રદયે , અશ્રુભીની નયને પોતાના હાથમાંની અપજશની રેખા તાકવા લાગ્યા.

www.ingramcontent.com/pod-product-compliance
Lightning Source LLC
LaVergne TN
LVHW100406181026
850499LV00037B/620
* 9 7 8 9 3 9 2 5 0 7 2 1 2 *